P9-DTO-863

DAO HOA NU WAS BORN IN 1945 IN HUE

- Member of HCM City Association of Photographers.
- . Member of Vietnam Association of Photograph Artists.
- Member of the Standing Committee of HCM City Association of Photographers.
- Member of International Federation of Associations of Photographers (FIAP).
- Chairwoman of Hai Au Photograp Club.
- Currently working at HCM City Association of Photograpers.

Address : 122 Suong Nguyet Anh
Tel : 8397740 (office); 8243303 (home)

DAO HOA NU EST NÉE EN 1945 À HUÉ

- Membre du Club photographique de Hôchiminh - Ville.
- Membre de l'Association des artistes photographes.
- Secrétaire de la Direction du Club photographique de Hôchiminh - Ville.
- Membre de l'Association photographique internationale.
- Chef du Cerele photographique Hai Âu.
- En poste actuellement an club photographique de Hôchiminh - Ville.

Addresse : 122 Suong Nguyet Anh
Tel : 8397740 (bureau),
       8243303 (domicile)

ĐÀO HOA NỮ SANH NĂM 1945 TẠI HUẾ

- Hội viên Hội Nhiếp Ảnh TPHCM.
- Hội viên Hội Nghệ sĩ Nhiếp Ảnh Việt Nam.
- Ủy viên Ban chấp hành Hội Nhiếp Ảnh TP.HCM
- Hội viên Liên đoàn Nhiếp Ảnh Thế giới

- Chủ nhiệm CLB Nhiếp Ảnh Hải Âu.
- Hiện công tác tại Hội Nhiếp Ảnh TPHCM

Địa chỉ : 122 Sương Nguyệt Ánh
ĐT : (CQ) 8397740, (NR) 8243303

ĐÀO HOA NỮ VIỆT NAM
QUÊ HƯƠNG TÔI

VIETNAM MY HOMELAND
VIETNAM MON PAYS NATAL

NHÀ XUẤT BẢN THUẬN HÓA
Thuan Hoa Publishing House
Maison d'édition Thuan Hoa
Huế - 1999

NHỮNG GIẢI THƯỞNG QUỐC GIA

. Lúc về chiều : Giải Nhất Phong cảnh năm 1983
. Trung thu của em : Giải Nhì năm 1985
. Mặt trời Trị An : Huy chương Đồng năm 1986
. Lựa chọn : Giải Nhất năm 1987
. Dòng sông Lô : Huy chương Đồng năm 1988
. Động Hương Tích : Huy chương Bạc năm 1988
. Đưa nước vào ruộng : Giải Nhất năm 1989
. Giờ của chúng mình : Giải Ba năm 1989
. Ánh sáng Trị An : Huy chương Đồng năm 1987
. Một quả thua : Huy chương Đồng năm 1988
. Được mùa tôm cá : Huy chương Đồng năm 1988
. Tảo tần cho con : Giải Nhất năm 1991
. Vùng trời tưởng nhớ : Giải Nhì năm 1992
. Học đạo : Huy Tượng vàng 1992
. Nỗi lòng của đất & biển : Giải nhất Liên hoan
Ảnh Nghệ thuật lần 18 TW, 1994 - Giải B, Hội
Liên hiệp Văn Học Nghệ thuật VN, 1994
. Giải Đặc Biệt : báo Phụ Nữ
. Giải Nghệ sĩ Nhiếp Ảnh được yêu thích nhất
năm 1991, 1994

GIẢI THƯỞNG QUỐC TẾ

Nhật ACCU năm 1987, 1989, 1994, 1995
. ASAHI SHIM BUN 1996
Ý HCĐ năm 1991
Ý BK năm 1993
Sri Lanka BK năm 1991, 1992
Hồng Kông BK năm 1990, 1992
Và được chọn triển lãm tại nhiều nước trên thế
giới như : Anh, Pháp, Nhật, Ý, Đức, Hà Lan,
SriLanka, Hồng Kông, Thái Lan, Campuchia,
Lào v.v...

NATIONAL PRIZES

. At Dusk : First Prize for Landscape 1983
. My Mid-Autumn Festival : Second prize 1985
. Sun in Tri An : Bronze medal 1986
. Choice : First prize 1987
. The Lo River : Bronze medal 1988
. Huong Tich Grotto : Silver medal 1988
. Irrigation : First prize 1989
. Our Private Time : Third prize 1989
. Tri An Light : bronze medal 1987
. A Losing Game : Bronze medal 1988
. Good Fishing Harvest : Bronze medal 1988
. Working Hard for Children's Sake : First prize
1991
. Sky for Recollection : Second prize 1992
. Taken by Religion : Gold medal 1992
. Land and Sea : First Prize of eighteenth national
photograph Festival, 1994. B prize of Vietnam
Union of Literature and Art, 1994
. Woman Newspaper's Special Prize
. Award for Most Loved Artist Photographer 1991, 1994

INTERNATIONAL PRIZES

Japan's ACCU prize 1987, 1989, 1994, 1995
Italy's contest : Bronze medal 1991
Italy's contest : compliment award 1993
Sri Lanka : compliment award 1991, 1992
Hồng Kông : compliment award 1990, 1992
Her works have been chosen for exhibitions in
many countries worldwide such as England,
France, Japan, Italy, Germany, The Netherlands,
Sri Lanka, Hongkong, Thailand, Cambodia and
Laos.

PRIX NATIONAUX

. Tombée du soir : 1er prix de paysage 1983
. Notre fête de la Mi-Automne : second prix 1985
. Soleil à Tri An : médaille de bronze 1986
. Le choix : 1er prix 1987
. La rivière Lô : médaille de bronze 1988
. Grotte Huong Tich : médaille d'argent 1988
. Alimentation en eau aux rizières : 1er prix 1989
. Moment à nous : 3e prix 1989
. Lumière de Tri An : médaille de bronze 1988
. Pêche des crustacés : médaille de bronze 1988
. Dévouement maternel : 1er prix 1991
. Ciel : second prix 1992
. Terre et Mer : 1er Prix, 18e Festival de l'art
photographique national, 1994. B Prix de
L' Union de Literature et Beaux Art du Vietnam,
1994
. Prix spécial du journal "Femmes"
. Prix des artistes-photographes appréciée de
l'année 1991, 1994

PRIX INTERNATIONAUX

Prix ACCU au Japon en 1987, 1989, 1994, 1995
. Prix d'Italie en 1991 et 1993
Félicitations du Sri Lanka en 1991 et 1992
Félicitations de Hongkong en 1990 et 1992
Nombre de ses oeuvres ont été choisies pour
les diverses expositions internationales en
Angleterre, France, Italie, Allemagne, Pays Bas,
Thailande, au Japon, SriLanka, à Hongkong, au
Cambodge et Laos

4

" Con đường nghệ thuật đưa tôi đi tới nhiều miền đất nước.

Ôi ! Làm sao đi cho hết được, cái mảnh cong chữ S nhỏ nhắn ấy trên hình quả địa cầu.

Bên kia ống kính, luôn hiện ra những cảnh giới không lúc nào giống nhau, những cánh đồng, những dòng sông, những ngọn núi mờ sương, hoặc có khi là một vực thẳm im lặng và bao trùm lên tất cả, bao giờ cũng vậy, là một chất thơ kỳ diệu và sâu thẳm, giống như một linh hồn.

Một phút trái tim như ngừng đập, và tôi bấm máy.

Không ai nhìn thấy tôi trong những tấm hình, bởi chính tôi đã tan hòa vào chất thơ trầm mặc kia, mà tôi gọi là ĐẤT NƯỚC. Hoặc cũng có thể gọi là hạnh phúc đối với đời tôi.

ĐÀO HOA NỮ

"It is the art direction that leads me to many parts of the country. How can my feet cover over all, the S-Shaped strip looking so small on the globe.

Through the lens always appear views never coincided : fields, rivers, foggy moutains, or at time a silently steep mountain precipipe, above all is always its poetic profond fantasy as if it really had a soul.

A moment does my heart seemingly stop beating, and I trigger the camera. No one sees me on my photos, since I myself get into that silence poety, the poety I call **the country**. Or maybe I call it the happiness of my life.

DAO HOA NU

" C'est le chemin de l'art qui me conduit à partouts, de mon pays"

Comment puisse-je voyager tout entier la portion de terre de la formation d'un S qui est si petite sur le globe?

Au point de vue du lens, il - y - a toujours des spectacles   différents qui ne sont jamais coïncidents; des champs, des rivières, des monts fruimeux, ou parfois; un précipice escarpé; mais surtout une poesie profondement fantastique

Au moment où mon ceur semblablement cesse de battre, je déclenche le caméra.

Personne ne me voit sur des photos, car je me suis dissous dans le poesie profondement fantastique, ce que je l'appèlle **Le Pays**. Ou bien, je l'appèlle le bonheur de ma vie.

DAO HOA NU

Lời giới thiệu

HOÀNG PHỦ NGỌC TƯỜNG

Quả thực hiếm có, rằng trong ngần ấy năm tháng và bằng một chiếc máy ảnh nhỏ, một nghệ sĩ đã có thể đến được với công chúng ái mộ rộng lớn như vậy. Tôi muốn nói về trường hợp Đào Hoa Nữ.

Năm ngoái, Đào Hoa Nữ đi chụp ảnh ở Quảng Trị, gặp lúc cuối chiều, tôi đưa chị vào nghỉ chân ở một doanh trại quân đội ven đường số 9. Những lời giới thiệu của tôi hóa ra là thừa, vì nghe tên Đào Hoa Nữ, cả bộ chỉ huy đơn vị đã đón tiếp chị bằng nỗi vui mừng bộc lộ trên những gương mặt phong trần của người lính, nói rằng: "Chúng tôi đã ngưỡng mộ tên tuổi chị từ lâu, không ngờ hôm nay chị lại đến với anh em chúng tôi. Mời chị ở lại với đơn vị càng lâu càng quý, ở đây có đủ tiện nghi dành cho chị không thua gì các khách sạn ở thành phố". Quả đúng là "tiện nghi", vì một lần hiếm hoi trong đời, Đào Hoa Nữ đã được dùng món nước ấm nấu bằng lá sả, do chính sư đoàn trưởng làm lấy và mang đến cho chị. Đây không phải là lần duy nhất, bởi vì trên bao nhiêu nẻo đường dẫn tới những miền xa xôi của đất nước, chị thường nghỉ trọ ở những doanh trại bộ đội, và kỷ niệm của Đào Hoa Nữ đầy ắp những tình cảm yêu mến của những người lính. "Chúng tôi rất tự hào được phụng sự Tổ quốc, Tổ quốc đẹp như trong ảnh Đào Hoa Nữ. Đó là xúc cảm nghệ thuật trong tâm hồn người lính dù rằng trong tác phẩm Đào Hoa Nữ, người ta không hề thấy bóng dáng của chiến trường, súng đạn hay quân phục, và thay vào đó, chỉ thấy hình ảnh của một đất Việt muôn đời.

Quả đúng như vậy, trong lòng công chúng của nghệ thuật nhiếp ảnh trong nước và hải ngoại, cái tên Đào Hoa Nữ đã mang âm hưởng của mấy tiếng "Quê hương tôi".

"Làm sao được sống thêm một đời người để đi thăm cho hết đất nước yêu quý?" Đó là khát vọng chợt dấy lên trong tâm hồn tôi, mỗi lần và bây giờ, khi đối diện với quê hương qua ảnh nghệ thuật của Đào Hoa Nữ. Ống kính của Đào Hoa Nữ như được gắn liền với một vệ tinh có sức bay qua khắp ba miền đất nước gửi đến cho chúng ta những thông báo quý giá về cuộc sống và con người, địa lý và văn hóa, thiên nhiên và nội tâm có mùa thu ở nơi này và nỗi chờ mong ở nơi kia... nói tóm lại vẽ tất cả những gì mà người ta thường gọi là "đất nước - con người Việt Nam". Lượng thông tin trong ảnh của Đào Hoa Nữ thật đáng ngạc nhiên, qua đó chúng ta có thể biết đến ngọn đồi thả ngựa của những người đi chợ phiên ở Lào Kai, nghệ thuật chơi diều giỏi giang của người Huế, đội nữ vận động viên đua thuyền ở Sóc Trăng hoặc mặt đất bùn non vừa mới hình thành ở Mũi Cà Mau. Nhờ Đào Hoa Nữ, từ trong căn phòng lặng lẽ của tôi, tôi được nhìn thấy Tổ quốc của mình ở tận nơi đầu non cuối bể. Những hình ảnh của Đào Hoa Nữ thúc giục đến nỗi tôi thèm muốn đi ngay tới đó, đứng đúng chỗ mà chị đã đứng nhìn để được thấy tận mắt những gì đã từng hiện ra trước ống kính của nữ nghệ sĩ. Nỗi xúc động của tôi dừng lại rất lâu trên hình ảnh *Vườn cau Bà Điểm*, gợi nhớ những trang sử bi tráng của cuộc khởi nghĩa *Mười tám thôn vườn trầu*. Chỉ những thân cau đứng thẳng trên một nền trời thực yên lành giản dị biết bao, nhưng không hiểu sao tôi chợt thấy lòng muốn khóc.

Điều làm tôi thán phục trước tài năng của nữ nghệ sĩ chính là sự tiếp cận giữa Nhiếp Ảnh và Hội Họa trong Ảnh nghệ thuật của Đào Hoa Nữ. Ở đây - trên những tấm ảnh chụp - người ta tìm thấy thật nhiều bút pháp và "chất liệu" của hội họa có thể nghĩ tới chất mạnh mẽ và rực rỡ của Sơn dầu (*Về chuồng, Được mùa*), mượt mà của lụa (*Mùa Đông, Suối Yến Chùa Hương*), mênh mông của thủy mặc (*Nơi rừng gặp biển - Mây mù Tây Bắc*), chất phác của tranh dân gian (*Vọng tiếng đàn xưa*); và nếu những ảnh như *Chợ Ngựa Bắc Hà, Bản làng dưới trăng* rất gần với phong cách đồ họa thì nét mong manh của khói, lửa bếp của ánh nắng và ánh trăng trong *Cơm chiều, Chiều sông Hương* lại mang dấu ấn của hội họa ấn tượng; *Cất vó* là một tác phẩm ký họa bậc thầy; *Cây gạo quê em* là một tiểu cảnh bonsai, trong khi *Trôi dạt* lại là linh hồn sâu thẳm của mỹ học Thiền. Có thể nói, Đào Hoa Nữ là một họa sĩ giỏi tay nghề của nhiều trường phái, chỉ có khác là chị vẽ bằng máy ảnh.

Hẳn nhiên, có người đã tranh luận về sự so sánh này giữa nhiếp ảnh và hội họa trong trường hợp Đào Hoa Nữ bảo rằng nếu chụp ảnh giống như vẽ, thì đã có hội họa, cần gì đến nhiếp ảnh nghệ thuật, thoạt nghe cũng có lý, nhưng tôi nghĩ rằng không cần thiết phải cố chấp như vậy trong khi cảm nhận về cái Đẹp. Nói "đẹp như tranh" thì mặc nhiên đó không phải là tranh, do vẫn là một tấm ảnh. Một họa sĩ và một nghệ sĩ nhiếp ảnh đều có thể ghi nhận sương mù rất đúng; nhưng điều khác biệt căn bản là, với một bức tranh lụa, sương mù là một ý niệm, trong khi ở một tác phẩm ảnh, đó lại là một thực tại; sương mùa ấy có thực, rừng Sapa có thực, và tất cả đã hội tụ trong một khoảnh khắc có thực đã xảy ra trong vũ trụ. Giá trị của ảnh nghệ thuật không chỉ là đẹp, mà nó còn phải được bảo chứng bằng thực tại. Với nhà nhiếp ảnh, giữa nghệ sĩ và thực tại chỉ có một hành lang rất ngặt nghèo dành cho quyền tự do sáng tạo, ấy là một khoảnh khắc chớp mắt của máy ảnh. Chỉ là khoảnh khắc, nên nó cô đặc tất cả sức nhạy bén của trực giác để phát hiện ra cái Đẹp, sức mạnh của trí tưởng tượng để "tổ chức lại" thực tại, đó chính là khoảnh khắc dấn thân của nghệ sĩ trong hành động sáng tạo. Những khoảnh khắc đầy ắp hiện hữu như vậy đã xảy ra với Đào Hoa Nữ, khi chị phát hiện ra đàn bò đi qua để cùng với dòng sông tạo thành một vòng cung lạ lùng trong tác phẩm *Về chuồng*, hoặc là lúc chị tách riêng (hoặc tổ chức lại) mấy chiếc lá giữa đám lá bềnh bồng vô nghĩa trong *Trôi giạt*. Nắm bắt lại trong khoảng khắc mong manh của thực tại để tạo ra cái Đẹp vĩnh hằng, đó chính là tài năng của người nghệ sĩ nhiếp ảnh.

"Việt Nam, quê hương tôi"...

Xem xong Tuyển tập ảnh này của Đào Hoa Nữ, một ý nghĩ chợt đến làm tôi se lòng: chị đã đi mấy nghìn dặm núi sông để mang đến cho mọi người một tác phẩm hoành tráng như thế này về tổ quốc yêu quý của chúng ta ? Giống như những nhà văn viết bút ký, người nghệ sĩ nhiếp ảnh phải đi xa, đi tới tận đèo cao núi thẳm sông cùng. Tôi chia sẻ nỗi vất vả nghề nghiệp với Đào Hoa Nữ. Nhưng Đào Hoa Nữ là người thuộc "phái đẹp", còn gọi là "phái yếu", và Nguyễn Du có lần ái ngại về nỗi "thân gái dặm trường". Phải yêu thương đất nước này biết bao nhiêu, người ta mới đủ đam mê để "theo đuổi một sự nghiệp nhọc nhằn như vậy để làm tặng phẩm cho đời".

Như một người được nhận quà tặng, tôi tâm thành cảm ơn Đào Hoa Nữ.

HUẾ, XI.1993

10

Introduction

HOANG PHU NGOC TUONG

𝕴t is indeed very rare that in such a short span of time, and with a small camera, an artist has been able to earn widespread popularity. Such is the case of photographer Dao Hoa Nu.

Last year, Dao Hoa Nu was working in Quang Tri, and at dusk, I took her to a military campus along National Route No 9. My introduction turned out to be unnecessary, because at the mere mention of her name, all the staff commanders at the campus rushed out to greet her, with all the pleasure expressed on the weather-beaten faces. The soldiers said, "We have for long loved your name, but beyond our expectancy you come here today. So could you please stay here, the longer the merrier; you'll feel as comfortable as at any hotel in the city". And it is indeed "comfortable", because once in all her lifetime, Dao Hoa Nu was served with water boiled with citronella in a pot, taken to her by the Chief Commander of the battalion. That was not the first time, because on all paths to remote regions of the country, Dao Hoa Nu often stays at troops' campuses; and her memory is filled with love from the soldiers. "We are very proud to serve the country, which is so beautiful in pictures taken by Dao Hoa Nu". Those are artistical feelings in the heart of the soldier, despite the fact that in Dao Hoa Nu's pictures there are no battlefields, weapons or military uniforms, but the image of the all-time Viet homeland instead.

In fact among viewers of artistic photography at home and overseas, the name of Dao Hoa Nu reminds them of "My Homeland".

"How could I have one more life to have time to visit all parts of the loved country?" That is the desire instantly aroused from the bottom of my heart, every single time and now, when I see my homeland through the artistic photographs of Dao Hoa Nu. Dao Hoa Nu's zoom lens, as if, were attached to a satellite, flying through the country to send us valuable information about life and people, geography and culture, nature and inner life with autumn in this part and expectancy in the other..., in other words, about all things, which are often referred to as "country and people of Vietnam". The extent of information in Dao Hoa Nu's pictures is quite amazing. Through her photographs we can learn about a hill for Lao Kai Periodic Market goers to set their horses free, or the art of flying kites of Hue people, the women team in a yacht race in Soc Trang, or the surface of soft mud newly formed at Ca Mau Cape. Thanks to Dao Hoa Nu, I can see my fatherland with all its remote parts from my own silent room. Dao Hoa Nu's pictures are so inspiring that I long to go there, standing right at the spot where she has once stood to witness with my own eyes what has appeared before her camera. My emotion lingers upon the *"Ba Diem Areca Garden"*, which reminds me of the elegy-like history of Muoi Tam Thon Vuon Trau (Eighteen Betel Villages) Uprising Revolution. With areca trunks standing straight, scraping the peaceful sky, I cannot help crying, for no reason.

I greatly admire the woman artist's talent, especially her way of approaching the art of painting from photography. Here in her photographs-one can see a great deal of style and "material" of paintings, with the splendidness and vigorousness of oilpaintings (*Turning to Stable, Bumper Crop*), smoothness of silk paintings (*Winter, Yen Spring and Huong Pagoda*), the vastness of water in colour paintings (*Where Forest and Sea Meet, Tay Bac Fog*), and the candidness of traditional paintings (*Recollection of the Old Music*). And while such pictures as Bac Ha Horse Market and *Village in the Moon* bear the style of drawings, the delicacy of smoke, the fire of sunshine and the moonlight in *Dinner and Perfume River at Dusk* convey the features of impressionist paintings. While *Lifting the Fishing Net* is a sketch masterpiece and *My Village's Kapok Tree* a painting of a bonsai in miniature, then *Drifting Away* is the indepth soul of meditative aesthetics. Dao Hoa Nu is a good painter of various painting schools, the only different is that she paints with her camera.

Of course there have been arguments concerning the comparison between photography and paintings as in the case of Dao Hoa Nu, saying that painting-like pictures are not necessary because the art of paintings suffices. It sounds reasonable at the first instance. But I think we should not be that obstinate while feeling the beauty. By saying "as beautiful as a painting", we immediately understand it is not a painting, but a picture. A painter and a photograph artist both can record for in a perfect way, but the basic difference is that fog in a silk painting conveys a concept while in a picture tells of a reality; the fog does exist, and Sapa forest does exist, and all have existed in a moment in the universe. The value of an artistic picture not only relies on the beauty but also is guaranteed by the reality. With the photographer, there is a very narrow margin between the artist and the reality, reserved for the freedom of creation, and that is the moment of shooting a picture. Being just a moment, so it requires all the intuitive sensitivity of the artist to see the Beauty, and the strength of imagination to "re-arrange" the reality. That is the artist's moment of devotion in his or her act of creation. Those real moments have overwhelmed with to Dao Hoa Nu, when her eyes catch of cattle passing by, which together with the river, form a magic are in *Turning to Stable,* or when she rearranges some leaves among a meaningless bunch of floating leaves to create *Drifting Away*. Knowing how to seize a faint moment of reality and to create permanent Beauty, that is the talent of the photograph artist.

"Vietnam, My Homeland"...

Looking through this pictorial book by Dao Hoa Nu, an idea instantly arouses that sinks my heart: how many thousands of miles has she walked through to bring to the viewer such an ornamental work about our loved fatherland? Just like memoirs writers, the photograph artist has travel a great deal to remote mountains and rivers. " I understand Dao Hoa Nu has to toil and moil in her career, But Dao Hoa Nu belongs to the fair sex ", and the great poet Nguyen Du has once felt sorry about "the lonely girl in the long distance of travel". How much love one must have for this country so as to be passionate enough to pursue such a hard career and to give such a grand present to the people !

As a gift-taker, I am sincerely grateful to Dao Hoa Nu.

HUE, NOVEMBER 1993

$\mathfrak{C}$e n'est pas ordinaire qu'en peu d'années, armée d'un simple appareil photo, une artiste est tant connue et appréciée par un public si large. C'est le cas de Daỏ Hoa Nu dont je voudrais parler.

L'an dernier, je l'ai rencontré à Quang Tri, au crépuscule, quand elle y prenait des photos. Je l'ai emmenée à un camp militaire sur la route N°9. Là, mes présentations étaient vraiment inutiles. Car à peine entendu son nom, les visages burinés des soldats se rayonnaient de joie. "Nous vous apprécions depuis des années, nous sommes très ravis de votre visite inattendue. Restez avec nous aussi longtemps que possible. Ici vous aurez autant de confort que dans les hôtels à la ville". De vrais conforts, certes, car une fois pour toute sa vie, Dao Hoa Nu a pris de l'eau bouillie avec les feuilles de citronnelle, préparée et servie par le commandant de la Division lui-même. Pour elle cen'était pas la première fois, car traversant tout le pays, elle se repose souvent dans les camps militaires et ses bagages qu'elle porte s'alourdissent avec le temps de sentiments débordés des combattants. "Nous sommes très fiers de servir la Patrie. Elle est belle comme reflètent les photos de Dao Hoa Nu". C'est l'impression qu'éprouvent les combattants quoique dans ses oeuvres aucune image de champ de bataille, ni la couleur de l'uniforme militaire n'apparaissent. Elles présentent uniquement le Pays. Le nom Dao Hoa Nu, en effet, dans la pensée du public photographique dans le pays et à l'extérieur est synonyme à "ma Patrie". "Comment revivre de nouveau afin de pouvoir visiter le pays tout entier?". Tel est l'ardent envie qui m'envahit chaque fois, actuellement, que je me trouve face au pays à travers ses oeuvres d'art. Son objectif, semble t-il, est lie à un satellite qui enregistre et nous transmet de précieux messages de la vie, l'homme, la géographie, la culture et de ces états d'âme... un soir d'automne en un lieu ou lors d'un instant d'attente en au autre. Bref, tout ce qu'on appelle "le pays et le peuple du Vietnam". Les informations que fournissent les photos sont innombrables. On peut y trouver les collines où paissent les chevaux des forains de Lao Cai, l'art expert du cerf-volant à Huê, l'équipe féminine de rameurs à Soc Trang ou la mince couche de boue fraichement formée à Ca Mau... Grâce à ses oeuvres, de mon petit coin, j'enveloppe le pays. Elles me pressent sans cesse d'aller voir de mes propres yeux ce que l'objectif a capté. Mon émotion s'attarde à la photo "Jardin d'arecs à Ba Diêm". Elle évoque les pages historiques inoubliables des "dix huit hameaux du Jardin de bétel". Rien que les troncs d'arec qui s'élancent vers la voute pacifique, très simple mais l'image me touche et donne l'envie de pleurer.

Ce que j'apprécie en son talent c'est l'union harmonieuse de l'art photographique et la peinture. Ses oeuvres épousent librement les styles et procédés de la peinture. Forteset richesen couleurs elles s'avoisinent à l'huile (Rentrée à l'étable, Récolte réussie), soyeuses à la peinture sur soie (Hiver, Chaines à la pagode des Parfums), floues à la peinture chinoise (Rencontre de la forêt et mer, Brume à Tây Bac), simples à la peinture populaire (Vers une musique ancienne). Si les "Marchés de chevaux à Bac Ha, Village au clair de lune" s'approchent du dessin au crayon, la lune dans "Repas du soir, Rivière des Parfums le soir" les oriente vers la peinture impressionniste. "Tirer l'instrument de pêche" est un vrai dessin de maitre, "cây Gao" une miniature alors que "A la dérive" dessine la profondeur de l'âme dans l'art de méditation. Certains, évidemment, contestent cette comparaison entre l'art photographique et la peinture. L'art photographique, d'après eux, est superflu puisqu'existe déjà la peinture. Je ne suis pas de cet avis en parlant de la Beauté.

En vietnamien on dit souvent "belle comme une peinture" en appréciant une belle photo. Un peintre et un photographe peuvent exprimer d'une façon très exacte la brume. Pourtant il y a une différence : en peinture sur soie, la brume représente une notion alors qu'en photo, une réalité. La brume, la forêt de Sapa étant des faits réels, se réunissent en un instant réel de la vie. On évalue une oeuvre d'art non seulement par sa beauté mais par le fait qu'elle est assurée par la réalité également. Pour le photographe, entre l'artiste et la réalité il n'existe qu'une marge étroite pour la libre création qu'est le moment instantané de l'appareil. Etant un moment très bref, il condense au maximum la subtilité de l'intuition afin de découvrir la Beauté, et la puissance de l'imagination afin de "recréer" la réalité. C'est l'instant où l'artiste se livre de toute sa force à la création. Dao Hoa Nu a vécu ces moments réels: elle ne tardait pas à joindre une troupe de bétail à un cours d'eau pour créer un arc de cercle extraordinaire dans son oeuvre "Rentrée à l'étable" ou elle ne négligeait pas le fait de redisposer les feuilles mortes, flottantes dans "A la dérive". Enregistrer des choses réelles en un moment éphémère pour créer une beauté éternelle, tel est le talent de l'artiste-photographe.

"Viêtnam, mon pays natal"...

Une idée me passe et me fait serrer le coeur une fois l'album de photos fermé. Combien de lieues a t-elle parcouru pour nous offrir un ouvrage aussi prodigieux de notre chère patrie? Le photographe doit voyager, aller dans tous les coins du pays tout comme le chroniqueur pour ses écrits. Je voudrais partager ses difficultés professionnelles surtout parce que Dao Hoa Nu appartient au "sexe faible" comme Nguyen Du (grand poète du 9e siècle) a beaucoup plaint pour le sort d'une fille solitaire sur le long chemin de voyage. Il faut bien aimer le pays de sorte qu'on puisse poursuivre une entreprise si ardue avec passion dans le but d'embellir la vie.

Comme quelqu'un qui reçoit un don, je tiens à en remercier à Dao Hoa Nu.

HUÊ, NOVEMBRE 1993

Đào Hoa Nữ

Phong cảnh • Landscape • Paysage

- **Về qua Thiên Mụ**
- Pass by Thien Mu pagoda
- En passant la pagode Thien Mu

18

- **Chiều sông Hương**
- Afternoon on the Perfume river
- Crépuscule sur la rivière des Parfums

• **Qua đồi Vọng Cảnh**
• Pass by Vong Canh Hill
• En passant la colline Vong Canh

- **Chiều về**
- Sunlight comes off
- Quanh le soleil se couche

- **Huế đợi chờ**
- Hue in wait
- Hué à l'attente

- **Sương sớm ban mai**
- Dew in early morning
- La rosée à l'aube

- **Tượng Phan Bội Châu**
- Status of Phan Boi Chau
- Statue de Phan Boi Chau

• **Cửa Ngọ Môn (Huế)**
• Noon Gate
• La porte de Midi

- **Nghỉ chân bên lăng Minh Mạng**
- Stopping over by the Minh Mạng Mausoleum
- Au tombeau du roi Minh Mang

25

- **Phố cổ Bao Vinh**
- Bao vinh Ancient town
- L'ancien quartier de Bao Vinh

- **Nhớ cố nhân**
- Missing the old hometown
- Nostalgie du pays natal

- Điện Thái Hòa
- Palace of supreme Harmony
- Palace de L'Harmonie suprême

- Cửu Đỉnh
- The nine urns
- Les neuf urns

- Lăng Tự Đức
- Tu Duc Mausoleum
- Le tombeau du roi Tu Duc

- **Bến vắng Thừa Lưu**
- Thua Luu in silence
- La baie de Thua Luu

- **Nỗi lòng của đất và biển**
- Sentiments of Land and Sea
- Sentiments intimes de Terre et de Mer

- **Lăng Gia Long**
- Gia Long
  Mausoleum
- Le tombeau
  du roi Gia Long

- **Lăng Thiệu Trị**
- Thieu Tri
  Mausoleum
- Le tombeau
  du roi Thiêu Tri

- **Lăng Đồng Khánh**
- Dong Khanh Mausoleum
- Le tombeau du roi Dong Khanh

• **Cầu ngói Thanh Toàn**
• Thanh Toan Brick Bridge
• Le pont au toit de tuile Thanh Toan

- **Lăng Khải Định**
- Khai Dinh Mausoleum
- Au tombeau
  du roi Khai Dinh

- **Chùa Từ Hiếu**
- Tu Hieu pagoda
- La pagode Tu Hieu

- **Nhà thờ dòng Chúa Cứu thế**
- The Church
- L'église

- **Cầu Bến Hải**
- Ben Hai bridge
- Le pont de Ben Hai

- **Nhà thờ La Vang
  (Quảng Trị)**
- La Vang Church
- L'église de La Vang

37

- **Thả đèn trên sông**
- Lantern floating festival on the river
- Fête des lanternes sur la rivière

- **Huyền Không Tự (Huế)**
- Huyen Khong pagoda
- La pagode Huyen Khong

- **Cổ thành Quảng Trị**
- Quang Tri Ancient features
- La vieille citadelle de Quang Tri

- **Chùa Phúc Kiến (Hội An)**
- Phuc Kien pagoda of Hoi An
- La pagode Phuc Kien de Hoi An

- **Thánh địa Mỹ Sơn (QNĐN)**
- My Son Holy Land
- Terre sainte My Son

- **Hòn Trống Mái (Thanh Hóa)**
- Trong Mai rock
- Le roc Trong Mai

- **Nét cổ Hội An**
- Ancient features of Hoi An
- L'antique de Hoi An

- Tĩnh mịch
- Calmness
- Quiétude

43

- **Bến thuyền
  Gành Sơn (Phan Rí)**
- Ganh Son dock
- L'embarcadère
  de Ganh Son

- **Mùa xuân Sầm Sơn**
- Spring in Sam Son
- Printemps à Sam Son

44

- **Trôi dạt**
- Drifting away
- A la dérive...

- Ủy Ban Nhân Dân
  TP. Hồ Chí Minh
- People's Committee
  of Ho Chi Minh City
- Comité populaire de
  Ho Chi Minh ville

- Đua ghe ngo
- Boat racing
- Course des pirogues

- Một góc quận 8 TP. HCM
- A smalle view of 8th district
- Un vue de 8^e quartier

- **Chùa Sóc Trăng**
- Soc Trang pagoda
- Le pagode Soc Trang

- **Chợ Bến Thành**
- Ben Thanh market
- Marché Ben Thanh

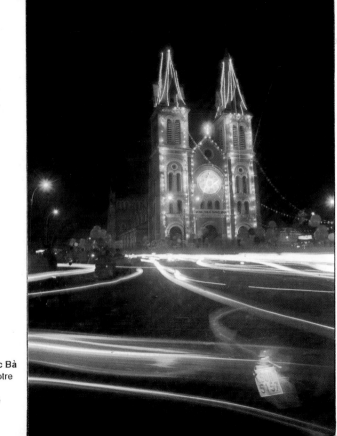

- **Nhà thờ Đức Bà**
- Church of Notre Dame
- Notre -Dame

- **Trên đê Tam Nông
  (Đồng Tháp)**
- Returning to the stable
- Sur la digue

- **Bảo vệ rừng cao su**
- Rubber wood
- La forêt du caoutchouc

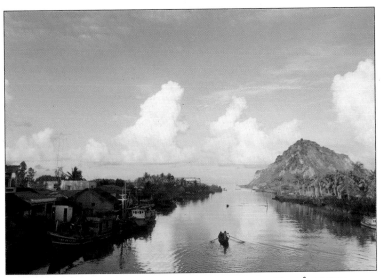

- **Cửa biển Hà Tiên**
- Ha Tien rivermouth
- L'embouchure de Ha Tien

- **Bãi biển Vũng Tàu**
- The beach of Vung Tau
- La plage de Vung Tau

- **Chiều Đất Mũi**
- Frontier land at dusk
- Soir au cap de la terre

- **Về mũi Cà Mau**
- At Ca Mau cape
- Au cap Ca Mau

- **Cầu tre lắc lẻo (Thủ Đức)**
- Bamboo Bridge
- Le pont de bambou

- **Qua sông Vàm Cỏ**
- Acrossing the Vam Co river
- En traversant la rivière Vam Co

- **Hòn phụ tử (Hà Tiên)**
- The rock of father and son
- Le roc de père et fils

- **Bến thuyền Mũi Né**
- Mui Ne boat-landing
- L'embarcadère Mui Ne

- **Tòa thánh Tây Ninh**
- The temple of Cao Dai
- La cathedrale de Cao Dai sune

- **Đập Đa Thiện (Đà Lạt)**
- Da Thien Dam
- Da Thien Barrage

- **Một góc Duyên Hải**
- Coastal land
- La terre cotière

- **Xuôi dòng Năm Căn**
- Down the flow
- Sur le courant

- **Vườn cau Bà Điểm**
- Ba Diem areca graden
- Jardin d'arecs à Ba Diêm

- **Nhớ một mùa đông**
- A winter nostalgie
- Un hiver de souvenir

- **Mùa lá rụng**
- Leaf - falling season
- La saison dèlafeuille morte

- **Hình bóng tiền nhân (Văn Miếu - Hà Nội)**
- Image of predecessor
- Ancienne silhouette

• **Xóm cũ (Vĩnh Phú)**　• The old hamlet　• La hameau de Jadis

- **Bồng bềnh (Hạ Long)**
- Floating
- Flottant

- **Êm đềm (Hạ Long)**
- Calmness
- Quiétude

- **Bến thuyền Bái Tử Long**
- Bai Tu Long pier
- L'embarcadère Bai Tu Long

- **Mùa thu Hà Nội**
- Ha Noi in the Autumn
- L'Automne à Ha Noi

- **Nhà thờ làng Tám (HN)**
- The church of Tam village
- L'église de Tam village

- **Nghỉ ngơi (Hạ Long)**
- A rest
- Un petit repos

• **Chùa Thầy**
• Thay pagoda
• La pagode Thay

- **Đền Hùng (Vĩnh Phú)**
- Hung Temple
- Le Temple Hung

- **Bức tranh quê**
- Landscape of the countryside
- Paysage de la campagne

- **Qua cầu Hội**
- On Hoi Bridge
- Le pont Hoi

- **Lễ hội chùa Hương**
- Festival in Huong pagoda
- Fête à Huong pagode

- **Sông Lô (Tuyên Quang)**
- Lo River
- Lo Rivière

- **Đưa nước vào bản**
  (Điện Biên Phủ)
- Irrigation
- Mon embarcadère

- **Dừng chân bên thác**
  Bản Giốc (Cao Bằng)
- Stopping by the
  waterfall Ban Gioc
- À la chute de Ban Gioc

- **Nỗi buồn Sapa**
- The sorrow of Sapa
- La tristesse de Sapa

- **Chùa Bút Tháp**
- But Thap pagoda
- La pagode But Thap

- **Chiều về (Hương Sơn)**
- At the sunlight comes off
- Quanh le soleil se couche

• **Dòng sông êm đềm**
  (Trùng Khánh, Cao Bằng)
• Gentle river
• Rivière douce

- **Mây mù Tây Bắc**
- Fog in Northwest region
- Brouillard sur le Nord-Ouest

- **Suối Yến
  chùa Hương**
- Yen Stream-
  Huong pagoda
- Suoi - Yen la
  pagode Huong

- **Sông Đáy**
- Day River
- Day Rivière

- **Nhà thờ Đá (Phát Diệm)**
- Da Church
- L'eglise de Đá

- **Miền đất Hoa Lư**
- Hoa Lu region
- La région de Hoa Lu

- **Động Tam Cốc (Ninh Bình)**
- Tam Coc cave
- La caverne de Tam Coc

• Động Hương Tích
• Huong Tich cave
• La caverne de Huong Tich

Đào Hoa Nữ

Chân dung • Portrait • Portrait

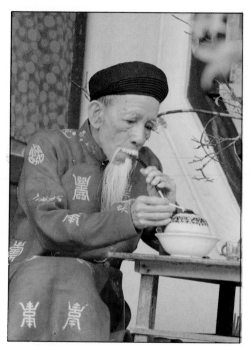

- Ông nghè xưa
- The old learned man
- Vieux lettré

- **Bà Tuần Chi (Huế)**
- Mrs Tuan Chi
- Madame Tuan Chi

- **Nghệ sĩ Mộng Điệp**
- The Artist Mong Diep
- L'artiste Mong Diep

- Mẫu tự Điểm Phùng Thị
- Diem Phung Thi's characters
- Caractères de Diem Phung Thi

- **Giáo sư Nguyễn Bạt Tuy**
- Professor Nguyen Bat Tuy
- Le professeur Nguyen Bat Tuy

- **Người say thơ**
  (Thi sĩ Phùng Quán)
- Drifting in poetry
- Le passionné de poésie

- **Những dòng suối nhạc**
- Streams of music
- Que coule la musique

- **Tuổi 90 vẫn còn sáng tác
  (Võ An Ninh)**
- The artist Vo An Ninh
- L'Artiste Vo An Ninh

- **Bà mẹ Chăm**
- The Cham mother
- La mère Cham

- **Bà mẹ 18 thôn vườn trầu**
- The mother in 18 villages
  of betel garden
- La mère aux 18 villages
  des jardins bételiers

- **Bà mẹ làng Lim**
- The mother in Lim village
- Une mère au village Lim

- **Bà mẹ Thái**
- The Thai mother
- La mère Thai

• Tình bạn
  (Nhà văn Hoàng Phủ Ngọc Tường)
• Friendship
• L'amitié

• **Phân vân**
• Hesitating
• Hésitant

• **Nghệ sĩ Phùng Há**
• The Artist Phung Ha
• L'Artiste Phung Ha

- **Về thăm chốn xưa**
  (Trần Vân Anh)
- Return the old place
- Sur les traces du passé

- **Câu chuyện qua miếng trầu cau (Hà Nội)**
- Story telling with Areca & Betel
- Conversation à travers le bétel

- **Trông chờ**
- Waiting
- En attente

- **Cho thêm mặn mà bữa cơm**
- Make the meal better taste
- Donner du gout au repas

- **Hoài cổ (Huế)**
- Recall the old days
- Nostalgie des jours passés

Đào Hoa Nữ

Dân tộc • Ethnic minority • Minorité éthnique

• Nụ cười sơn cước
  (cô gái Xê Đăng)
• The mountainous smile
• Sourire montagnard

- Già làng Êđê
  (Buôn Mê Thuột)
- Patriarch Ê-đê
- Le patriarche "Ê-đê"

- Bên khung cửi (Sơn La)
- At work
- Au travail

- **Chờ bạn (Mèo Đồng Văn)**
- Waitting for friend
- L'attente d'amitié

- **Thiếu nữ H'mông (Sapa)**
- H'mong young girl
- Fillette d'Hmong

- **Bên hiên nhà
  (Điện Biên Phủ)**
- Home yard
- Le chantier

- **Thiếu nữ Mèo (Sapa)**
- Young girl of Meo
- La fillette du Meo

- **Chợ bán lợn Bắc Hà**
- Pig market (Bac Ha)
- Marché aux cochons (Bac Ha)

- **Chợ bán rượu (Bắc Hà)**
- Selling wine at market
- Vendre vin

- **Chợ bán thổ cẩm (Bắc Hà)**
- Selling "tho cam"
- Vendre "tho cam"

- **Khu ăn uống chợ Lũng Phìn**
- Lung Phin Market
- Marché Lung Phin

- **Chợ gà Bắc Hà**
- Bac Ha chicken market
- Marché aux poulets
  Bac Ha

- **Cuộc sống ở Sà Phìn
  (Đồng Văn)**
- Life in Sa Phin
- La vie à Sa Phin

- **Chợ ngựa Bắc Hà**
- The Horse Market Bac Ha
- Marché aux chevaux

- **Chợ phiên (Đồng Văn)**
- Periodic market
- Marché périodique

- **Phương tiện đi lại**
  của người miền núi
- Means of transport in highland
- Le déplacements des hauts-plateaux

- **Đi chợ phiên (Bắc Hà)**
- Going to periodic market
- Au marché périodique

- **Thiếu nữ Thái**
- Thai young girl
- Fillette de Thai

- **Làm nhà (Yên Minh)**
- Building house
- La construction d'un maison

- **Niềm vui của mẹ**
- Mother's pleasure
- Plaisir de la Mère

- **Đi lấy nước (Điện Biên Phủ)**
- Taking water
- Prendre de l'eau

- **Bếp chiều (dân tộc S'tiêng)**
- Dinner fire
- Faire la cuisine au dinner

- **Lo âu**
- Worry
- Souci

113

- **Những tay đua nữ (Sóc Trăng)**
- Female racers
- Coureuses féminines

114

- **Ngày hội Sóc Trăng**
- Festival in Soc Trang
- Fête à Soc Trang

- **Chợ Lũng Phìn**
- Lung Phin Market
- Marché Lung Phin

- **Ngày hội đua ghe ngo (Sóc Trăng)**
- Boat racing Festival
- Course des pirogues "Ngo"

- **Múa xòe (dân tộc Tày)**
- "Xoe" dancing
- La danséc "xoe"

- **Lễ hội Chăm**
- Cham minority's festival
- La fête déthnie Cham

- **Đám cưới Khơme**
- Wedding in Khơme
- Mariage à Khơme

119

- **Phụ giúp mẹ (Sơn La)**
- Helping mother
- Aider la mère

- **Cuộc sống của dân tộc Thái**
  (Điện Biên Phủ)
- Life of Thai people
- La vie du peuple Thai

- **Múa cung đình Huế**
- Royal dance
- Danse de palais

Đào Hoa Nữ

Sinh hoạt • Living activities • Activites

- **Neo đơn**
- For the sake of the child
- Pour nos enfants

124

- **Niềm vui tuổi già**
- Pleasure of the old
- Plaisir du troisième âge

- **Trước ngày Phật Đản**
- Before the birthday of the Buddha
- Avant l'anniversaire de la naissance de Bouddha

- **Bánh xèo (Huế)**
- "Xèo" Cake
- Les gâteaux "xeo"

- **Chợ cá Đông Ba**
- Dong Ba fish market
- Le marché de poissons à Dong Ba

- **Ngày Phật Đản
  tại chùa Từ Đàm**
- Birthday of the Buddha
- L'anniversaire de la
  naissance de Bouddha

127

- **Nâng cao Phật pháp**
- Contemplation
- Contemplation

- **Theo thầy**
- Following teacher
- Suivre l'enseigner

129

- **Thuận vợ thuận chồng**
- Mutual understanding
- L'entente

- **Phụ giúp cha**
- Helping father
- En aidant son père

- **Nơm cá**
- Catch the fishes
- Attraper des poissons

- **Đang đợi chờ**
- Waiting
- En attente

- **Huế mùa lụt (Bao Vinh)**
- Hue - flood season
- Hue - saison d'inondation

Bàn thờ tổ tiên
• The Altar
• L'autel

- **Huế mùa mưa**
- Rain season in Hue
- Saison de la pluie à Hue

- **Bún bò (Huế)**
- "Bun bo" Hue
- "Bun bo" Hue

- **Bến đò Đông Ba**
- Dong Ba boat-landing
- L'embarcadère Dong Ba

- **Diều Huế**
- Flying Kites in Hue
- Le cerf-volant de Huê

- **Khéo léo đường đan (Phan Rí)**
- Skilled hands
- Les mains habiles

- **Dệt lưới**
- Weaving net
- Tresser filet

- **Tần tảo**
- Hard working
- Travail pénible

138

- **Cành mai ngày Tết**
- Apricot flowers for Tet
- Les fleurs du Têt

• **Quà Trung thu**
  (Duyên Hải)
• Mid - Autumn's gift
• Le cadeau de Mi-automne

- **Sài Gòn chiều cuối năm**
- Saigon the last day of year
- Soir de fin d'année à Saigon

- **Lúa về**
- Rice comes
- Le riz

- **Thăm đồng**
- Visiting the field
- Visite aux champs

142

- **Chợ nổi Cái Răng**
- Cai Rang floating market
- Marché sur Cai Rang rivière

143

- **Chợ dưa**
- Melon market
- An marché de melon

- **Chợ chuối**
- Banana Market
- Marché de banane

- **Chợ miền biển**
- Market on the coast
- Marché du liioral

- **Vọng tiếng đàn xưa**
- Sound of the old days
- Au son d'autan

- **Lao động**
- Working
- Au travail

147

- Xe lôi, phương tiện đi lại
  của dân miền Tây
- New "trishaw"
- Cyclopousse tiré

- Mẻ lưới cuối ngày
- The last haul
- La dernière pêche

- **Được mùa tôm cá**
- A good crop
- Une bonne moisson de crevettes et de poissons

- **Ngày hội đánh cá đường (Minh Hải)**
- Fishing Festival
- Fête de pêche

- Được mùa
- Bumper Crop
- Récolte abondante

Nguồn tài nguyên quốc gia
Source of National Riches
Sources de richesses Nationales

- Đợi mưa
- Waiting for rain
- A l'attente de la pluie

- **Tan trường**
- After school
- Après la classe

- **Âu yếm**
- Affection
- Affection

- **Phủ Tây Hồ (Hà Nội)**
- Tay Ho Temple
- Le temple Tay Ho

- **Điều để lại**
- Remaining words
- La parole restante

- **Ra chợ**
- Going on Market
- Sur le chemin du marché

- **Trở về**
- The return
- Au retour

- **Mùa hội Lim**
- Lim festival season
- Fête de Lim

- **Cờ người**
- Person chess
- E'checs aux personnes

Ra đồng
- On way to the field
- Sur le chemin au champ

- **Đến chợ**
- At the market
- A l'arrivée du marché

- **Cào nghêu**
- Raking for meretrix
- Pêche à la palourde

- **Đường lên động Hương Tích**
- Way to Huong Tich carve
- Chemin au carve Huong Tich

- **Ra chợ**
- To the market
- Au marché

- **Nụ cười đôn hậu**
- A gentle smile
- Le doux sourire

- **Đan giỏ**
- Weaving basket
- Tresser panier

- **Giấc ngủ đường dài**
- Sleeping on long travel
- Sommeil

- **Vào vụ**
- Beginning a crop
- Une nouvelle moisson

- **Nhổ mạ**
- Picking young rices
- Ramasser des riz

- **Cấy lúa (Bắc bộ)**
- Planting young rices
- La plantation du riz

- **Ra chơi**
- Playing time
- En temps de jouer

- **Ngõ xưa**
- The old path
- Entreé d'antan

166

- **Tuổi thơ**
- Childhood
- L'enfance

167

- Dỗi hờn
- Sulking
- On boude

Đào Hoa Nữ

Đen & trắng • Black & white • Noir & blanche

- **Chiều**
- **Afternoon**
- **Quand le soleil** se couche

- **Phố cổ Bao Vinh**
- Bao Vinh ancient town
- Le Vieux quartier de Bao Vinh

- **Chiều Hương Giang**
- Sunset on Huong Giang
- Au soir sur la rivière Huong Giang

- **Lăng Cô**
- Lang Co boat - langding
- L'Amerrissage Lang Co

- **Nhớ mùa đông năm ấy**
- A winter nostalgie old days
- Un hiver de souvenir

173

- **Mùa đông**
- Winter
- L'hiver

- **Lúc chiều về**
- As the sunlight comes off
- Au retour du soir

- **Nơi rừng gặp biển**
- Interchange of sea & forest
- À l'échange de la mer et la forêt

- **Chùa Giải Oan**
- "Giai Oan" pagoda
- La pagode Giai Oan

- **Cội nguồn**
- Root
- Racine

- **Vì mưa ngăn cách**
- The rain that divides
- Le mur de pluie

- **Trông đợi**
- Waiting
- En attente

- **Cô như mẹ hiền**
- Gentle like mother
- Douce comme la mère

- **Nỗi đau của người nông d**
- Such a pain !
- Une telle douleur

- **Miền quê (Tam Nông)**
- The countryside
- Champêtre

- **Phơi lưới**
- Driping fish - net
- Sécher le filet

181

- **Đi chợ phiên**
- Going to the periodic market
- Au marché périodique

- **Xuống chợ (Cao Bằng)**
- Down the market
- Aller au marché

- **Về chợ**
- To the market
- Allons au marché

- **Hạnh phúc**
- Happiness
- Le bonheur

- **Đưa con đi nhà trẻ**
- To the kindergarten
- Au jardin d'enfants

- Bám vào lòng đất
- Rooting into the land
- Prendre racine à la terre

- **Miền đất mới**
- The new land
- La terre nouvelle

- **Biển động**
- Sea - burst
- La mer en colère

- **Kéo vó**
- Life of the stork
- Destinée de héron

- **Một mình (Quảng Ninh)**
- Alone
- Sur soi - même

- **Qua đèo Mã Phục**
- Ma Phuc pass
- Ma Phuc col

- **Lẻ bóng**
- Loneliness
- Seul

- **Trẻ em xóm Mũi**
- Children of Ca Mau cape
- Les enfants de Cap Ca Mau

- **Chợ Chồm Hổm**
- Squatting Market
- Marché accroupent

- **Chợ quê**
- Country market
- Marché de la campagne

- **Tuổi thơ Hà Nội**
- Children in Ha Noi
- Enfants de Ha Noi

- **Ba người bạn**
- Three friends
- Trois amis

- **Ế ẩm**
- No bayer
- Personne n'achète

- **Giọt nắng**
- Sun ray
- Une goutte du soleil

- **Lão nông**
- The old peasant
- Le vieux paysan

- **Đợi con nước**
- Waiting a flow
- En attendant le courrant

- **Phơi**
- Drying
- Faire sécher

- **Đỉnh Phăngsipan**
- Sumit of Fansipan
- Sommet de Fansipan

- **Ngư dân Minh Hải**
- Fishman (Minh Hai)
- Le pêcheur (Minh Hai)

- **Giây phút thảnh thơi**
- Leisure moment
- Un moment de repose

- **Khói cơm chiều**
- Home smoke in afternoon
- Fumée de dîner

197

- **Chợ trưa**
- Market at noon
- Le midi au marché

- **Chợ trên sông (Bạc Liêu)**
- River market
- Le marché sur la rivière

- **Nếp thời gian**
- The course of time
- Le pli du temps

- **Nhớ biển**
- A gentle reminder of waves
- Un rappel des ondes

- **Ruộng xa nhà**
- Working far from home
- Travail loin de la maison

- **Bản làng đêm trăng**
- Highland village in Moonlight night
- Village au clair de la lune

- **Trên sông nước**
- On the wave
- Sur les vagues

- **Nước ròng**
- As the tide recedes
- Marée descendante

- **Đón bắt**
- Catching...
- Attraper...

- Đan giỏ
- Weaving basket
- Tresser le panier

- **Chăm sóc con thơ**
- Caring
- Le soin maternel

- **Mong mẹ về**
- Waiting for mother
- En attendant la mère

205

- **Vụ mới bắt đầu**
- Beginning a crop
- Un moisson neuf

- **Chuẩn bị tắm**
- About to bathe
- Avant le bain

- **Đường về thôn**
- Country Road
- Le chemin de village

- **Thánh địa Mỹ Sơn**
- My Son Hollyland
- Terre saint de My Son

- **Tò mò**
- Curious
- Curieux

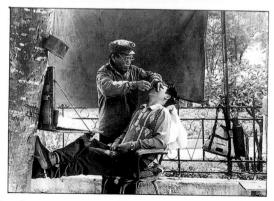

- **Hớt tóc**
- Hairdresser's
- Chez le coiffeur

- **Chống giột**
- Water - proofing
- Tenir l'eau

- **Nón lá Huế**
- Hue conical hat
- Les chapeaux coniques de Huê

- **Giờ chơi**
- Playing time
- En temps de jouer

- **Tấn công**
- An attack
- Attaque

- **Bến Đục chùa Hương**
- Duc farry - langding - Huong pagoda
- Duc Amerrissage - pagode Huong

- **Sau chuyến ra khơi**
- After a sail
- Après un voyage en mer

- **Sang ngang**
- Across the river
- La traversée de la rivière

- **Cô gái quan họ**
- Quan Ho girls
- Les filles de Quan Ho

VIỆT NAM QUÊ HƯƠNG TÔI

VietNam My Homeland

VietNam Mon PaysNatal

- **Chịu trách nhiệm xuất bản**
- Responsible for publishing:
- Editeur responsable:
  LÊ DẪN
- **Biên tập:**
- Editor:
- Editeur:
  ĐỨC BÌNH
- **Trình bày:**
- Designer:
- Peintre:
  ĐÔNG HIẾU

In lần thứ ba, số lượng 1.000 cuốn, khổ 12 x 12 cm tại Xưởng in Cty Xuất nhập khẩu và Phát triển văn hóa (Bộ Văn hóa - Thông tin). Số XB : 350/XB-QLXB, Cục xuất bản cấp ngày 14-5-1998. Quyết định xuất bản số : 1622/QĐ-XBTH, Nxb Thuận Hóa cấp ngày 26-5-1999. In xong nộp lưu chiểu tháng 8/1999.

Giá : 50.000đ